स्वर व्यंजनी

प्रसाद पाठारे (प्रपात)

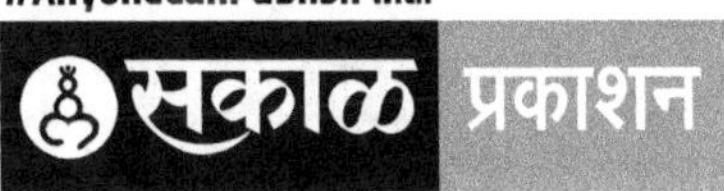

Swar Vyanjani

© Prasad Pathare(Prapat), 2024

स्वर व्यंजनी

© प्रसाद पाठारे(प्रपात), २०२४

प्रथम आवृत्ती	:	फेब्रुवारी २०२४
प्रकाशक	:	सकाळ मीडिया प्रा. लि.
		५१५, बुधवार पेठ, पुणे-४११ ००२
मुखपृष्ठ,		
मांडणी आणि मुद्रितशोधन	:	सारद मजकूर, पुणे
मुद्रणस्थळ	:	विकास प्रिंटिंग ॲण्ड कॅरिअर्स प्रा. लि.
		प्लॉट नं. ३२, एमआयडीसी, सातपूर, नाशिक
ISBN	:	978-81-968004-5-1
संपर्क	:	०२०-२४४० ५६७८ / ८८८८८४९०५०
		sakalprakashan@esakal.com

माझं संपूर्ण शालेय जीवन

जिने विशेष अर्थपूर्ण केलं

त्या बालमोहन विद्यामंदिर

या माझ्या शाळेला,

मराठी माध्यमातून आवर्जून शिक्षण

देणाऱ्या सर्व मराठी शाळांना

तिथे अभिमानाने शिकणाऱ्या

सर्व विद्यार्थ्यांना

आणि

त्यांच्या पालकांना

हे पुस्तक आदराने

आणि

विनयपूर्वक समर्पण!

टीप :
कवितांतले इकार आणि उकार छंदठेक्याप्रमाणे ऱ्हस्व वा दीर्घ आहेत !

स्वर व्यंजनीचा उगम

माझं पाचवं आणि एकुलतं एक संपूर्ण इंग्लिश पुस्तक 'Grandpa Baba Rhymes' पुण्यात प्रकाशित केल्यानंतर काही दिवसांनी 'मेनका प्रकाशन'चे अमित टेकाळे त्यांच्या सुविद्य पत्नीसह भेटायला आले होते. आमच्या चौघांच्या हलक्या फुलक्या गप्पागोष्टी संपता संपताच अमितने एक पिल्लू सोडलं. म्हणाला, 'आपल्या मराठी शाळांत शिकणाऱ्या ६ ते १२ वयोगटांतल्या गुलांगुलींसाठी सुद्धा. अशाच कविता रचा, असंच एक पुस्तक तयार करा. त्याची आता खास गरज आहे.'

पुढच्या चार-पाच दिवसात आम्ही अमेरिकेला प्रणालीच्या घरी जायला निघणार होतो. म्हणून त्या घटकेला 'परत आल्यावर नक्की करू या' असं मी म्हणालो; पण अमितने जणू माझ्या मनाला त्या क्षणी जबरदस्त फूस लावली होती. जे मायदेशी परतल्यावर करणार होतो, त्याची सुरुवात अमेरिकेत उतरल्याबरोबरच झाली होती आणि साडेतीन महिन्यांनंतर नव्या कवितांचं बाड घेऊनच मी मायभूमीवर परतीचं पाऊल ठेवलं होतं.

शाळेतल्या विद्यार्थ्यांसाठी नवीन कवितांची गरज आहे, हे मी कधीच जाणलं होतं, म्हणून तर इंग्लिश माध्यमातल्या विद्यार्थ्यांसाठी मी त्या rhymes रचल्या होत्या. भारत स्वतंत्र झाल्यानंतर आजतागायत ७५ वर्षं उलटली; पण अजूनही इंग्लिश माध्यमातली लहान मुलं ब्रिटिशांनी भारतात आणलेल्या अतिशय निरर्थक rhymes (ring-aring-a roses, twinkle twinkle little star, rain rain go away) म्हणत असतात. म्हणून तर मी माझं नव्या rhymes चं पुस्तक तयार केलं होतं.

आताची आमची तिसरी पिढी अतिशय बुद्धिमान,

जागृत आणि नव्या टेक्नॉलॉजीज चटकन आत्मसात करणारी आहे. त्यांना बऱ्याच गोष्टींचं दांडगं कुतूहलसुद्धा आहे. दोन एक वर्षांपूर्वीच्या माझ्या प्रत्यक्ष अनुभवातला एक प्रसंग : एका नऊ-दहा वर्ष वयाच्या मुलाने प्रश्न विचारले होते, 'देव-दानवांनी अख्खा समुद्र ढवळणं कसं शक्य होतं?', 'समुद्राच्या तळातून अमृत कसं वर आलं?', 'अमृत पिऊन हजारों वर्षं सोडा, दोनशे वर्षं तरी जगलेला तगलेला कोण आहे?' त्याला समजावून सांगावं लागलं की या वेद-पुराण काळातल्या गोष्टी त्या काळातल्या सामान्य माणसांना समजण्यासाठी प्रतीकात्मक स्वरूपात मांडल्या गेल्या होत्या! समुद्रमंथन हे ज्ञान-समुद्र मंथन असावं, जंगी वादविवाद असावा. त्यातून जी चौदा रत्नं निघाली ती स्वाथ्यपूर्ण आनंदी आयुष्याची मूळ तत्त्वं वाटत आहेत. त्यातलंच एक अमृत, जे स्वत:साठी अगदी आमरण विसरू न शकणारे, स्वत:साठी एका अर्थाने अमृत, असे आनंदाचे क्षण असतील. त्यातच व्यतीत झालेलं रम्य बालपण, तेव्हाच्या मित्र-मैत्रिणी, खेळ, गमती जमती वगैरेही असतील.

या पिढीचं बुद्धिप्रामाण्यही वाखाणण्यासारखं आहे. त्यामुळे त्या वयोगटासाठी गाणी रचताना गमतीच्या बडबडगीतांबरोबरच त्यात काही बौद्धिक आणि मानसिक भागही असायला हवा, याची मला जाणीव होती. शिवाय योग्य तिथे आपल्या परंपरेशी संबंधित थोड्या तरी तात्त्विक आणि आध्यात्मिक अंशांचीही मुलांना याच वयात ओळख व्हावी, असंही मनात घोळत होतं.

पुस्तक ६ ते १४ वयोगटासाठी आहे, प्रत्येक स्वर आणि व्यंजनावर एकेक रचना आहे. संस्कृतप्रमाणेच मराठी भाषेच्या मुळाशी मुळाक्षरं आहेत. कोणाला माहीत नसल्यास थोडक्यात सांगतो. मुळाक्षरं म्हणजे मूळ उच्चार, ज्यानुसार लिपीही आहे. उच्चारांत दोन मुख्य भेद आहेत : स्वर आणि व्यंजनं! म्हणजे काय?

स्वर म्हणजे ते उच्चार, जे स्वतंत्र असतात, उच्चार विलंबित धरून ठेवला तरी तो बदलत नाही. म्हणा ओ आणि १० सेकंद धरून ठेवा. सुरुवातीपासून शेवटपर्यंत उच्चारात काही फरक पडला का? तर नाही, उच्चार सुरुवातीपासून शेवटपर्यंत 'ओ'च राहतो की नाही? आता 'ओ' ऐवजी 'बो' म्हणा आणि १० सेकंद तो सलग धरून ठेवा. आता काय होतं? सुरुवातीच्या 'बो' नंतर क्षणात 'बो' या उच्चाराचा 'ओ' होतो आणि तो 'ओ' अगदी शेवटपर्यंत राहतो. म्हणजे 'ब'च्या पूर्ण उच्चाराला 'अ'च्या बाराखडीचं साहाय्य लागतं! म्हणून 'अ'ची बाराखडी हे स्वर, आणि क, ख, ग, घ पासून शेवटी ज्ञ पर्यंतचे सर्व उच्चार; अक्षरं, ज्यांना स्वरांचं साहाय्य लागतं, त्यांना व्यंजनं म्हणतात. विशेष स्वर आहेत ऐ, औ, अं, अ:, यांना संयुक्त स्वर म्हणतात आणि पूर्वापार परंपरेनुसार हे स्वर-गटातच समाविष्ट केले जातात. कारण व्यंजनांना

यांचं साहाय्य लागतं! आणखी एक स्वरविशेष म्हणजे स्वरांचा उच्चार उघड्या ओठांनी होतो. कंठातून निघालेला स्वर जेव्हा ओठ, दात, जीभ यांच्यामुळे येणाऱ्या कुठल्याही अडथळ्याशिवाय येता सरळ बाहेर व्यक्त होतो. व्यंजनात कंठ्य, मूर्धन्य, तालव्य, दंत्य, ओष्ठ्य हे प्रकार आहेत.

पुस्तकातल्या सर्व रचना वेगवेगळ्या मात्राछंदात बंदिस्त आहेत आणि गेय आहेत. रचनांत वैविध्यही आहे. रागाची तोंडओळख आहे, मोठ्या वयोगटातील मुलींसाठी कथ्थक ठेका आणि गटनृत्याची सोय आहे. मुलांसाठी महाराष्ट्राच्या सांस्कृतिक परंपरेचा वारसा आहे. बरंच काही आहे; पण हे सर्व प्रत्यक्षात आणण्यासाठी शाळा आणि पालक यांची कृती जरूरी आहे. या संबंधात, पुस्तकाच्या अखेरच्या पानांत विशेष टिपणी आहे. त्याची पालकांनी आणि शाळांनी जरूर नोंद घ्यावी.

शेवटी एवढंच की,
फूलपाखरं भिरभिरतांना पुन्हा बालपण दुडदुडतं
पंखांवरल्या रंगनक्षितुन ऊन कोवळं हुंदडतं.

खिडकीतुन दरवळे सुगंधी घमघमाट
फांद्यांवर घरट्यांघरट्यांतुन चिवचिवाट
समोर मोहक उडता उडता रंगथाट
नुक्त्या फुलल्या पाकळ्यांवरी मंतरलं मन कलंडतं
पंखांवरल्या रंगनक्षितुन ऊन कोवळं हुंदडतं.

बालपणीचं गाणं मनि कधि वावरतं
क्षणी अचानक रूप आजचं बावरतं
भान काळवेळेचं पण मन सावरतं
आत तरीही घुमत राहतं, श्वासात सूर ते शिंपडतं
पंखांवरल्या रंगनक्षिचं गीत नव्याने उलगडतं!

पुस्तकातल्या साऱ्या कविता अगदी अशाच, पुन्हा नव्याने उलगडलेल्या!

टीप : कवितांतले इकार आणि उकार छंदठेक्याप्रमाणे ऱ्हस्व वा दीर्घ आहेत!

– प्रसाद पाठारे (प्रपात)

प्रज्ञाला काही सांगायचंय...

मी प्रज्ञा - कवी प्रसाद यांची पत्नी. आमच्या लग्नाला ४८ हून अधिक वर्षं झाली आहेत; पण आमची लग्नगाठ लग्नाआधी तब्बल दीड एक वर्षं जमली होती. तेव्हा मी दंतवैद्यकशास्त्राच्या पदवीच्या शेवटच्या वर्षांत शिकत होते. लग्नाआधीच्या काळात प्रसाद मला भेटला की एक कविता देत असे. मला ते प्रेमपत्र वाटायचं आणि मी ते जपून ठेवायचे. मला ती कविता त्या क्षणाला समजो न समजो, मी मुद्दामच त्याला ती प्रत्यक्ष समजून सांगायला लावायचे. त्या स्वप्नाळू लाजाळू तरुण वयात मनभरून खूप खूप छान वाटायचं!

लग्नानंतर कविता होतच राहिल्या. त्या कवितांचीच गाणीच गाणी, मनरंग, स्वयंभू वठल्या झाडावर आणि शालेय मुलांसाठी लिहिलेल्या इंग्लिश कवितांचं Baba Grandpa Rhymes ही पाच पुस्तकं जन्माला आली. शेवटच्या पुस्तकाचं पहिलं प्रकाशन आम्ही आमच्या घरीच केलं आणि दुसरं प्रकाशन मुलीच्या, प्रणालीच्या, घरी नातवंडांबरोबर अमेरिकेत केलं. खरं सांगायचं तर दोन्ही नातवांच्या आग्रहामुळेच त्या इंग्लिश Rhymes लिहिल्या गेल्या होत्या. ते पुस्तक पाहून 'मेनका प्रकाशन'चे अमित टेकाळे यांनी सुचवलं की, 'आता मराठीत इथल्या मुलांसाठी तुम्ही लिहा, इथे त्याची गरज आहे!' आम्ही ४-५ दिवसांतच अमेरिकेसाठी निघणार होतो, म्हणून प्रसादने ही सूचना फारशी सिरियसली घेतली नव्हती, 'परत आल्यावर पाहू' म्हणाला होता. तरीही अमेरिकेतल्या पुढच्या साडेतीन महिन्यांच्या आमच्या वास्तव्यात ६ ते १४ वयोगटातील मराठी मुलां- मुलींसाठी कविता त्याला सुचत गेल्या आणि त्या सुद्धा साऱ्या मध्यरात्री! एक जराशी चमत्कारिक गोष्ट अशी

की प्रसादला नेहमीच फक्त रात्रीच कविता सुचतात, दिवसा कधीच नाही. हे काय गौडबंगाल आहे ते मला अजूनही कळलेलं नाही. दुसऱ्या दिवशी सकाळी त्या कवितेची आठवणच त्याला रहात नाही. त्यामुळे कवितेच्या ओळी सुचल्या की डोळ्यांत झोप कितीही अनावर असली तरी प्रसादला झक्कत उठून त्या लिहून ठेवाव्याच लागतात. काही काही रात्री तर तीन-चारदाही हा प्रकार घडतो. मला खूप स्वप्नं पडतात म्हणून माझी झोपमोड, आणि प्रसादची अशी! झोप अनावर असतानाही झोपू या म्हणून भागत नाही आणि लिहिल्याशिवाय करमत नाही.

अमेरिकेत, दुसऱ्या दिवशी उठल्यावर ती कविता स्वत:च्या मोबाईलवर टाईप करून लगेच ती माझ्या मोबाईलवर पाठवली जायची आणि सोबत 'ही कविता पटते का सांग, योग्य आहे का शालेय मुलांसाठी?' अशी विचारणाही असायची. मला 'Excellent' या शब्दाशिवाय दुसरं काही सुचायचं नाही. कारण मला प्रत्येक कविता अर्थपूर्ण आणि छान रचलेली वाटायची. त्यानंतर दिवसभरात पूर्ण वेळ नातवंडांत रमणं, घरात लहान सहान मदत करणं, सर्वांमध्ये खेळणं बोलणं बाहेर जाणं, टीव्ही बघणं, जेवणं आणि सर्वांशी मनमुराद गप्पा टप्पा असं बरंच काही व्हायचं. कवितेचा विषय किंवा पुढच्या कवितेच्या विषयाचा विषय यासंबंधी काहीच गोष्टी नसायच्या. मग मध्यरात्री कसाकाय कवितेचा विषय, त्यातल्या कल्पना आणि अभिव्यक्तीच्या भन्नाट ओळी सुचतात याचं मला अजूनही कुतुहल आहे. प्रसादला एकदा हे विचारलंही. त्यावर त्याचं उत्तर, 'मलाही तो प्रश्नच आहे, बहुधा मनात खोल रुतलेल्या या छंदाचा प्रभाव असावा!'

अमेरिकेच्या वास्तव्यात ४५-५० रात्री जागून लिहिलेल्या या कविता पुन्हा आज मी नव्याने वाचताना माझे डोळे पाणावले. कधी कधी, आपल्या माणसांचं कौतुक केलं हे आपलं एकांगी वागणं नाही ना, असं वाटतं खरं; पण खरोखरी या पुस्तकातली प्रत्येक कविता मुलांसाठी मोठ्यांसाठीही नक्कीच काहीतरी शिकवून जाते. मुलांना काही गोष्टी माहीत नसतात; पण कवितेच्या माध्यमातून कवी प्रपात यांनी छान सहजसोप्या भाषेत अभ्यासक्रमात असाव्यात अशा या कविता लिहिल्या आहेत.

मी शेवटी एवढंच म्हणेन, मराठी माध्यमात शिकणाऱ्या प्रत्येक शाळकरी विद्यार्थ्यांनि त्याचा अवश्य लाभ घ्यावा आणि हे पुस्तक आपल्या संग्रही ठेवावं!

– डॉ. प्रज्ञा पाठारे
बी-६०१, ईव्हज गार्डन,
सारस्वत बँकेसमोर, बाणेर रोड, बाणेर,
पुणे-४११०४५
ईमेल - prajnya11@gmail.com
मोबाईल - ९८२१६१६१३१

'स्वर व्यंजनी'च्या अनुषंगाने...

कवी प्रसाद पाठारे यांचा माझा परिचय म्हणजे अगदी पंधरा दिवसांपूर्वींचा, लिफ्टमधला! आम्ही घरी येत असताना पाठारे पती-पत्नी लिफ्टमध्ये भेटले. सहज म्हटलं, 'चला, घरी या, थोडा वेळ गप्पा मारू' नवल असं की फारशी ओळख नसताना आढेवेढे न घेता दोघेही घरी आले आणि आमच्या गप्पा छान रंगल्या. त्या गप्पांच्या ओघात कळलं की प्रसाद कवी आहेत आणि 'प्रपात' टोपणनावाने ते कविता लिहितात. त्यांचे आतापर्यंत तीन मराठी, एक इंग्रजी आणि एक इंग्रजी-मराठी असे पाच कवितासंग्रह प्रकाशित झाले आहेत.

त्यांना वाटलेलं एक अप्रूप म्हणजे माझं नाव! माझं नाव, शाकंभरी. हे देवीचं नाव आहे. नाव म्हणून हे फारसं आढळत नाही. मी मराठीमध्ये एमए केलं आहे. आमच्या गप्पा रंगायला हेही एक कारण झालं. ओघाओघात त्यांनी त्यांच्या चौथ्या 'वठल्या झाडावर', या कवितासंग्रहाचा उल्लेख केला आणि तो कवितासंग्रह दुसऱ्या दिवशी मला भेट म्हणून दिला. खरंतर एवढीच आमची ओळख.

गप्पांमध्ये कवी प्रपात यांनी त्यांच्या सहाव्या 'स्वर व्यंजनी' या कवितासंग्रहाबद्दल सांगितलं. त्यांच्या या पुस्तकाच्या सुरुवातीला मनोगतात कवी प्रपात आणि डॉ. प्रज्ञा यांनी या कवितासंग्रहाच्या अनोख्या जन्मकथेबद्दल सांगितलंच आहे. कवीच्या पाचव्या, संपूर्ण इंग्रजीमधल्या, 'Grandpa Baba Rhymes' या इंग्रजी माध्यमातून शिकणाऱ्या जगभरातील ६ ते १२ वयोगटातील मुलांसाठी लिहिलेल्या फार वेगळ्या प्रकारच्या Rhymes वाचून आणि छापून प्रकाशित झालेल्या प्रकाशकांनी या कवितांचं मूळ रोवलं, कवीने ते छान रुजवलं आणि या सुरेख पुस्तकाचा जन्म झाला, असं म्हटलं तर ते नक्कीच वावगं

ठरणार नाही; पण हा कवितासंग्रह केवळ मराठी माध्यमासाठी नसून इंग्रजी माध्यमातून शिकणाऱ्या मुलांनाही उपयोगी पडेल असा आहे. कवीने स्वर आणि व्यंजनांना धरून केलेल्या सर्व कवितांची उकल आपल्याला अगदी सहजपणे होते.

'स्वर व्यंजनी' संग्रहातल्या सर्व कवितांच्या रचना वाचकांच्या मनाला भावणाऱ्या आहेतच; पण छोट्या मुलांच्या समूहगीतांसाठीही त्या सहज, सोप्या आणि गेय आहेत. काही कवितांवर मुली समूहनृत्यही करू शकतील.

या छोट्या छोट्या कवितांतून बालमनापर्यंत पोहोचण्याचा त्यांनी केलेला प्रयत्न उत्कृष्ट आहे. 'आ'पासून सुरू होणाऱ्या 'आई आई...' या कवितेत बालमनातली खळबळ आणि आजची वास्तव परिस्थिती अगदी तरलपणे मांडली आहे.

पण ठेऊन एकटी घरि मला जाऊ नको

कधिच गऽ तू कुठे कुठेही जाऊ नको!

ही कविता वाचताना एक खंत मनाला जाणवत राहते.

आजचे रिमोट, मोबाईलयुग, उंचच्या उंच इमारती यामुळे मैदानं नष्ट झाली आहेत. अशा वेळी आपला फावला वेळ मुलं मोबाईल आणि टीव्हीमध्ये घालवताना दिसतात. या वेळेचं महत्त्व कवीने 'फावला वेळ' या कवितेत उतरवलं आहे. शाळेच्या अभ्यासाबरोबरच मैदानी खेळ, परवचा, छंद जोपासणे, व्यायाम वगैरेही करायला हवेत. या फावल्या वेळेचा सदुपयोग व्हायला हवा, असं या कवितेतून कवी पालकांना आवर्जून सुचवत आहे.

या बरोबरच कवीने आपल्या सणांची ओळख 'दसरा दिवाळी', 'होळी' या कवितांतून करून दिली आहे. 'होळी' कविता वाचताना बालपणात हरवून गेल्यासारखं झालं आणि होळी पेटवताना जे बडबडगीत गायलं जायचं, ते आठवलं,

होळी रे होळी पुरणाची पोळी, साहेबाच्या खिशात बंदुकीची गोळी!

लगेचच मन भूतकाळात रंगून गेलं आणि ओठांवर खुदकन् हसू आलं.

'जाणता राजा' आणि 'महाराष्ट्र' या कवितांतून तर शिवकालीन राज्यकारण, सर्वधर्मसमभावाचं धोरण, न्यायसूत्रीचं उच्चारण वगैरेबद्दलचा जाज्ज्वल्य अभिमान प्रगट झालेला दिसून येतो.

या सर्वांचा परमोच्च बिंदू म्हणजे 'ज्ञानेश्वरी'. मराठी भाषा आणि त्यातील अमृतासमान असलेलं भगवद्गीतेवरील भाष्य ज्ञानेश्वरांनी जनमानसात पोहोचवलं. त्याचं सार आपल्याला देण्याचा प्रयत्न कवी प्रपात यांनी सहजसुंदरपणे केला आहे.

कवी प्रपात यांनी नव्या-जुन्याची सांगड घालत आजच्या उदयोन्मुख पिढीच्या हाती आपला सांस्कृतिक वारसा नव्याने देण्याचा सुरेख प्रयत्न केला आहे. संग्रहातील कविता

छंदबद्ध आणि गेय असल्याने त्यात एक वेगळाच गोडवा आलेला आहे.

शालेय विद्यार्थ्यांसाठी अनेक उपयुक्त अशा कविता या संग्रहात आहेत. उदाहरणार्थ, 'ओम्कार' ही कविता, ज्यात कवीने ओंकाराचं महत्त्व पटवून देण्याचा प्रयत्न उत्तमप्रकारे केला आहे. तसंच, 'अंतराळ' या कवितेतून निळ्याशार आकाशाबद्दलचं बालमनातलं कुतुहल आणखी जागं केलं आहे.

काव्यसंग्रहाच्या अखेरीस असलेली 'कृति-कारण-भाव' ही विशेष टिप्पणीसुद्धा लक्ष वेधून घेणारी आहे. ही विशेष टिप्पणी स्वर-व्यंजनावर आधारित असणारी आहे. प्रामुख्याने ती त्या त्या वयोगटातील विद्यार्थ्यांना अधोरेखित करून केलेली आहे. सखोलपणे अभ्यास करून अशा अनेक गोष्टींचा मार्मिकपणे उल्लेख कवी प्रपात यांनी या संग्रहात केला आहे.

आधी म्हटल्याप्रमाणे, 'स्वर व्यंजनी' हा काव्यसंग्रह केवळ मराठी माध्यमाच्याच मुलांसाठी उपयुक्त नसून इंग्रजी माध्यमाच्या शाळांतील मुलांसाठीसुद्धा तितकाच उपयुक्त आणि वैशिष्ट्यपूर्ण आहे. निदान या संग्रहातील काही कवितांना शैक्षणिक अभ्यासक्रमात जरूर स्थान मिळायला काही हरकत नसावी.

संपूर्ण पुस्तक बारकाईने वाचलं असलं तरी हे परीक्षण लिहिताना काही मोजक्याच कवितांचा उल्लेख इथे केला आहे. सर्वच कविता अप्रतिम आहेत. प्रामुख्याने सर्व पालकांनी, आजी-आजोबांनी प्रथम स्वत: या कवितांचा आस्वाद घ्यावा आणि आपल्या मुलांना, नातवंडांना वाचून आणि म्हणून दाखवाव्यात.

'स्वर व्यंजनी' च्या अनुषंगाने कवी प्रपात यांच्याशी माझा परिचय झाला आणि तो मला खूप आनंददायी अनुभव देऊन गेला!

– सौ. शाकंभरी दि. दीक्षित

एमए (मराठी), डीएचई

५ जानेवारी २०२३

मोबाईल - ९८५००३३१४०

स्वर

अ	आ	इ	ई
उ	ऊ	ए	ऐ
ओ	औ	अं	ऋ

व्यंजनं

क	ख	ग	घ
च	छ	ज	झ
ट	ठ	ड	ढ
त	थ	द	ध
न	प	फ	ब
भ	म	य	र
ल	व	श	ष
स	ह	क्ष	ज्ञ

अनुक्रमणिका

अमृत

अब्धिमंथनातुन अवतरला कलश अमृताचा
आज अमृताचा क्षण... क्षण जो मनि आनंदाचा

अमृतमय जीवनी सदा चित्तशांतिच्या लहरी
अमृतत्व हे अमरत्वाचं दिव्यत्व अंतरी

अमृतवैखरी अमृतखाणी... ही अभंगवाणी
विशुद्धतेचा वसा घेतल्या संतांची गाणी!

आपणही चल शोधु या पुलं अमृत क्षणोक्षणी
हसून खिदळत गाऊ नाचू खेळू प्रसन्नपणी!

आई आई

आई आई ... मी अपुल्या अंगणात गऽ
भिंगोऱ्यांच्या गोल गोल रंगणांत गऽ
परकरात अडकून पाय मी पडले गऽ
दुखलं की ग मला आणि मी रडले गऽ!

आई, तुझ्यासारखी जरा मी नटले गऽ
तितक्यातच पाऊस-मेघ वर फुटले गऽ
बघायला आले अंगणी, नि भिजले गऽ
मग... सारं ओलं बदलुन मी निजले गऽ.

आई गऽ, मी तुझ्यासारखी असेन का?
अन् सुंदरही, तुझ्यासारखी, दिसेन का?
मी सुद्धा 'आई लाडकी' होइन का?
तुझ्यासारखी, छान छान, मी गाइन का?

आई आई... मला बाहुल्या नको नको
गोड गोळ्या किंवा खाऊ देऊ नको,
पण ठेऊन एकटी घरि मला जाऊ नको
कधीच गऽ, तू कुठे कुठेही जाऊ नको!

इतिहास

इतिहास वर्णितो काळगती, काळ निर्मितो इतिहास
कालदशेची जाणिव देतो... इतिहासाचा अभ्यास

काळ टोचतो कालपटावर काही क्षणभरच्या नोंदी
त्या नोंदी या इतिहासाच्या नाट्यारंभाची नांदी

काळाचे क्षण येती जाती... विलीनती इतिहासात
आज-क्षणांची छाप उद्याच्या इतिहासाच्या पानांत

क्षणांक्षणांवर सर्व जगावर, म्हणे काळ, ताबा माझा
परी अखेरी काळावर कब्जा त्याच्या इतिहासाचा!

ईशस्तवन

नमितो तुज आम्ही गणेशा
सकल कला ज्ञानाच्या ईशा ॥

अनादिही तू… अनंतही तू…
ब्रम्हमयी तू… दिगंतही तू…
गौरीसुत तू… एकदंत तू…
तू वीरगणपती गणाधिशा
नमितो…

देवि शारदा तव दरबारी
ऋद्धिसिद्धी या चवऱ्याधारी
चारी वेदही तुझ्या मंदिरी
ओम्कार रूप तू जगदीशा
नमितो…

उद्या

रोज उगवतो 'आज', 'उद्या' हा कधी उगवतो?
कधीच नाही... 'उद्या' मनातच सदा राहतो!

मनी उमलतं स्वप्न उद्याच्या गगनभरारीचं
मनी टोचतं विघ्न उद्याच्या विनाशचिंतेचं

स्वप्न उद्याचं निर्मित जातं मनि स्फूर्तिलहर
परी उद्याची चिंता करि मन सुन्न आणि बधिर

जे घडलं ते काळ नोंदतो कालपटावरती
कधीच नसती नोंदीत उद्याच्या कल्पित गोष्टी

आज साजरी करू आजच्या हसु-आसूंची गाज
उद्या कधितरी उजाडेल, पण होऊन फक्त 'आज'!

ऊन

उन्हा उन्हा रे, येउन जा
मावळतीला हळूहळू मग

उन्हा रे, तू हो ग्रीष्माच्या
जळती रानं पाहुन बघ रे

उन्हा उन्हा रे, वर्षाकाळी
सरी-सरी मध्ये ये ना तू,

उन्हा उन्हा, दक्षिणायनी
वाढव जरा तुझा आवाका

अभ्रांवर तू मिरवुन जा
सांज घनांवर पसरुन जा!

ऐन दुपारी सौम्य जरा
दु:खित आहे किती धरा

श्रावणी बाणा पाळ की तू
नको आर्द्र अंधारी ऋतू!

ऊब असू दे शिशिरात,
उबदार कर जरा दिनरात!

एकमेव

एकमेव कोण ?... जो अद्वितीय अतुलनीय
फक्त एक... एकटाच, अनुपम नि वंदनीय.

जन्मतं असं व्यक्तित्व एकदाच किती युगांतरी
असामान्य कर्तृत्व, कार्य... अन् विवेक अंतरी!

कुणी असेलही, स्वकर्म-क्षेत्रात, अग्रणी क्रमांक
तरि नसेल तो विश्वात अद्वितीय, फक्त एक.

न भविष्यति, न भूतो... व्यक्तित्व ते एकमेव
अप्रतीम जीवन ते... या समग्र जगती, सदैव!

ऐश्वर्य

ऐश्वर्य म्हणजे वैभव
तना-मना-धनाचा, मान-सन्मानाचा हृद्य अनुभव

ऐश्वर्य देतसे सत्ता
पण विसरू नका कधी कधीही विवेक नीतीमत्ता

ऐश्वर्य म्हणजे संपत्ती
तिच्या दुरूपयोगाने स्वत:वरच ओढवते आपत्ती

ऐश्वर्य म्हणजे सामर्थ्य
ईष्ट इप्सित-प्राप्तीचं, पण जर अनिष्ट तर ते व्यर्थ

ऐश्वर्यात ईश्वरी अंश
परमार्थ धर्म-कर्माची संधी, हा भाग्याचा सारांश!

ओम्कार

ओम् हरि ओम् हरि ओम्

तनात अपुल्या ओम्कार
मनात अपुल्या ओम्कार
धनात अपुल्या ओम्कार
अन् दानातही ओम्कार

ओम् हरि ओम् हरि ओम्!

प्राण असे हा ओम्कार
ज्ञान-साधना ओम्कार
स्वयंप्रकाशी ओम्कार
रूप अगोचर ओम्कार
ओम् हरि ओम् हरि ओम्!

सकळ सृष्टि ही ओम्कार
शुद्ध दृष्टिही ओम्कार
विश्वाचा हा ओम्कार
चैतन्याचा ओम्कार
ओम् हरि ओम् हरि ओम्!

औरस चौरस

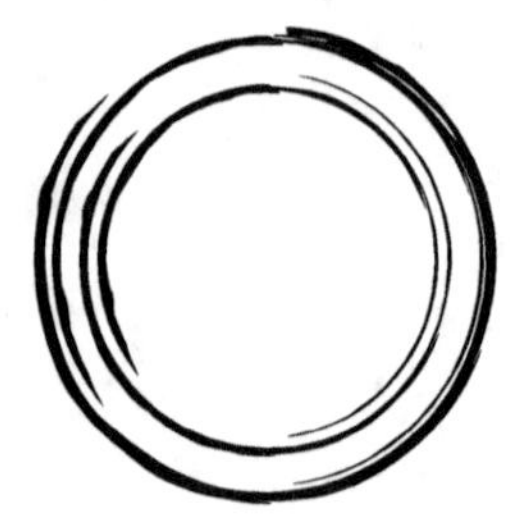

औरस चौरस म्हणजे काय ?
आजी म्हणते, माझी बाय
कित्ती गोड गोड तू… तरी
आलिस का तू धुऊन पाय ?

औरस चौरस म्हणजे काय ?
आई म्हणते… OH MY MY
छानच की… रांगोळी तुझी
बाबा हसती… बांधत टाय !

औरस चौरस म्हणजे काय ?
का दुधावर जाडी साय ?
कधी न दिसते स्वतःभोवती
गोल गोल फिरताना गाय !

औरस चौरस म्हणजे काय ?
जेणो काम… तेणो थाय
पण इतके मोठाले वृक्ष
का छोटे… होऊन बोन्साय ?

अंतराळ

अंतराळ अंबर आकाश... आभाळ गगन वा अवकाश
सुंदर किति नभ निळं निळंसं रम्य रम्य काव्यात विशेष

ती किमया वातावरणाची दिवसा निळी छटा किरणांची
वातावरणा-पल्याड फक्त सुन्न पोकळी अंधाराची

निर्वात काजळी भयाणतेत नाही इथली दिवस नि रात
चुंबकीय क्षेत्र अदृश्य किरणं आण्विक विरळ प्लाज्मा फक्त

कधि नसे तिथे गुरुत्वाकर्षण... उणे चारशेचं तपमान
यानाविण अन् पोशाखाविण पूर्ण थांबतं रक्ताभिसरण

पृथ्वीवर नभ किती स्वप्नवत! इथुनच त्याला हसुन दंडवत!

ऋतुचक्र

ऋतु वसंती…आसमंती नव्या उबेची उधळण
नवी पालवी नव्या नव्या स्फूर्तींची करि पखरण

रे ग्रीष्मा, अति उष्मा बरा नव्हे रे या जगती
हवा तप्त, तापते भुई तापती घरं, मनं, मती

वर्षा, हवी तुझी कृपा… पण नको प्रचंड वा खंड
ऋतुनियमाने बरसुन जा… नको निसर्गाचं बंड

शरद ऋतू घेउन येतो सण अन् निरभ्र आकाश
पिकं नवी अन् फुलं फळं… उत्साहाची आरास

हेमंताचा रंग मनी… कधी गुलाबी कधी हिरवा
मंद गारवा संथ हवा नभि पक्ष्यांचा थवा थवा

थंडी शिशिराची मस्ती साखरझोपेची सुस्ती
हिरव्याची गळती गळती, गारठलेलं जग भवती!

कर्तव्य

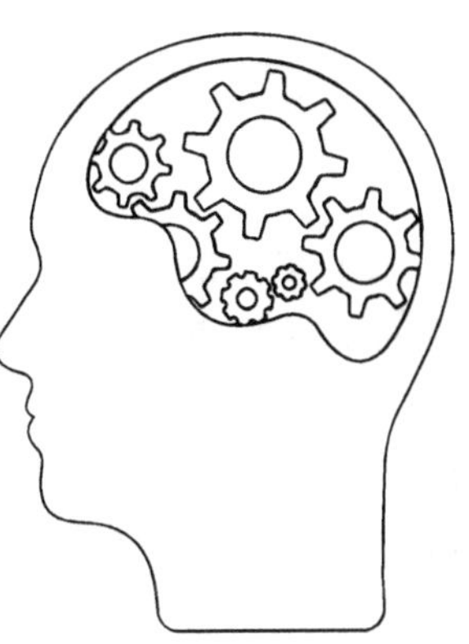

आयुष्य नेमतं कार्य अपुली, काहि योजतो आपण
करायची ती सारी कर्म... हे अपुलं कर्तव्य

काही करणं भाग असे, काही करणं योग असे
काहि योग्य, काही भाग्य... ती करणं हे कर्तव्य

असह्य भोग असे, तरी असावं आचरण अमोघ
द्यावं दान... द्यावं ज्ञान... ही अपुली कर्तव्यं

मानवी भावना जपणं, दानवी घाव रोखणं
सांत्वनी संवेदन अमूल्य, सारी अपुली कर्तव्यं!

खगोल

असंख्य तार्‍यांनी ग्रहांनी व्यापलेलं हे आकाश
आणि आकाशगंगांच्या तेजात उजळलं अवकाश

निरभ्र रात्रीत शरदाच्या चमकत नभ दृष्टीसमक्ष
अन् पल्याड दृष्टीआडही हा खगोल हे अंतरीक्ष

कितिक या आकाशगंगा कितिक त्यांचे प्रकाशझोत
अन् असंख्य सूर्य-तारे या विश्वऊर्जेचे स्रोत

ब्रम्हांड अनादि अनंत हे विज्ञान अध्ययनात ज्ञात
खगोलशास्त्र अभ्यासुन शोधू अजून काही अज्ञात

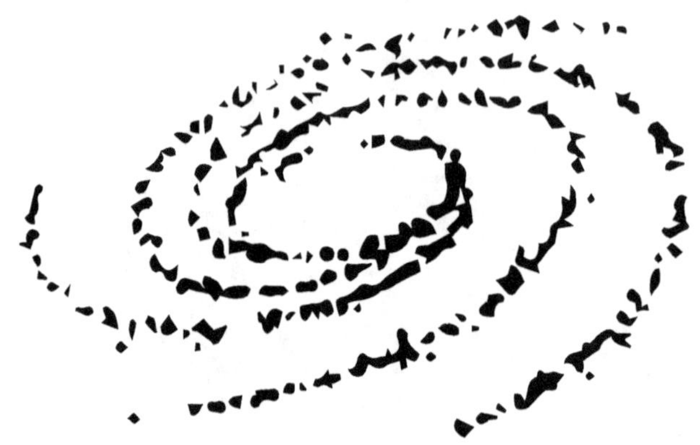

गणितं

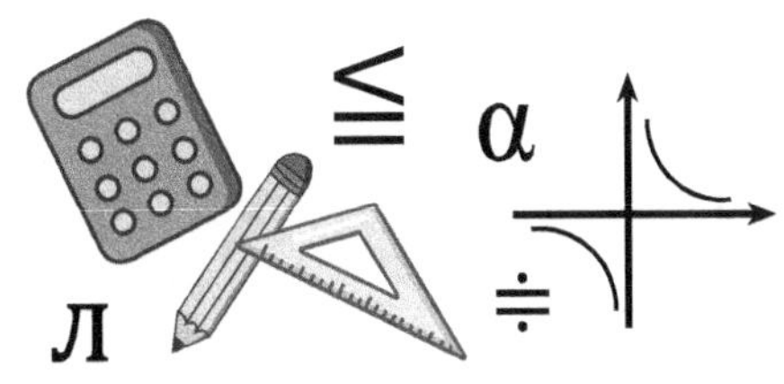

इवल्या बोटांवरी आकडे
सुरु करती गणिताचे धडे

शिकायचे अंकांचे पाढे
भागाकार गुणाकार पुढे

नंतर बीजगणितं भूमिती
आर्यभटाची त्रिकोणमिती

कॅल्क्युलस आणि उच्चीच्या
गणितांची मनि वाटे भीती

पण भय नको कधी गणिताचं
अपुल्याच हाती मूळ त्याचं!

घर्षण

घर्षण करतं विरोध...
स्पर्शित दोन पृष्ठभागांच्या सापेक्ष गतीला

म्हणून आपण चालू शकतो, न घसरता स्थिरपणाने
लिहू नि चित्र काढू शकतो, पेन्सिलीने लेखणी-ब्रशाने
सहजच न पाडता धरु शकतो, काचेचा प्याला हाताने
आपण करूच शकलो नसतो घर्षणाविना हे सहजतेने

घर्षण म्हणजे निर्मिणं...
ऊर्जेला नवचैतन्याला संहारमितीला

चकमक दगड घासता ऊर्जा पेटवी ठिणगीतुन अंगार
वस्तू वरले डाग घासता चमकते नव्यासारखी पार
दाबाने घर्षणात झिजणं हा तर वस्तूंचा संहार
हे आपण बघतो अनुभवतो किति तरी वेळा साधार

घर्षण अपुलं सहाय्य
असतं रोजच्या आपल्या जीवनचर्येला!

चिमणा चिमणी

('इचक दाना'च्या चालीवर)

खूप देखणा, जरा दिवाणा, अमुचा चिमणा राणा… लोभसवाणा!
वर्गामध्ये शांत शांत, पण घरी करी धिंगाणा… दे दणाणा!

छोट्या छोट्या गोष्टींचा आवर उरक नाही
मोठ्या मोठ्या गोष्टींची उगाच बडबड राही
जरि इवलासा, खूप लाघवी, थोडा अतीशहाणा… लोभसवाणा!
खूप देखणा, जरा दिवाणा, अमुचा चिमणा राणा… लोभसवाणा!

एक चिमुकली लाऊन टिकली, गाते बडबड गाणी… गोजिरवाणी!
हसवुन खुलवुन जाते बालिश तिची बोबडी वाणी… साखरपेरणी!

चिमणी चिमणी इवलीशी, गोष्ट टिवली-बावलीशी
आणि स्वत:शीच ती करते हसून गोडशी मखलाशी
समजूतीचा सूर नेहमी… नाही ताणाताणी… अशी शहाणी!
बघता बघता बनते साऱ्या हृदयांची ही राणी… गोजिरवाणी!

छंद

छंद असे स्वच्छंद
छंद गीती लय-गती
छंद नाद आनंद
छंद एक कलाकृती

स्वच्छंद या मनलहरी
मनं मनं छंद छंद
मन भ्रमराचं होतं
मधुमीलनात धुंद

छंद छंद गीत गीत
सूर-ताल लयबद्ध
तनीमनी गति ठेका
धरती आबालवृद्ध

गुंतता भानात छंद
विसरावी समयवेळ
हृदयस्पंदनात धुंद
आनंदित सर्व काळ

छंदातुन निर्मिती
साधते नव्या कृती
शतरंगी नविन छटा
आणि नविन आकृती!

जाणता राजा (पोवाडा)

क्रूर यवनी सत्ता ही कुट्ट काजळी रात्र होती
रयत भरडली होती गांजली होती कुंथली होती
अचानक नभी किरण उगवला... सूर्य चमकला
अन् पायाशी भवानीच्या अवतार नवा जन्मला
तो आपुलाच शिवबा जाणता राजा जी जीजीजी

समर्थ साम्राज्याची मुळं मराठी मातीतुन रुजवली
जिंकले गड नि किल्ले... जिंकले यवनी हल्ले
वेतनी सैन्य उभं केलं... नागरी प्रशासन नेमलं
लष्करी सत्तेहून श्रेष्ठ मुलकी सत्ता, हे म्हणाला जो
तो आपुलाच शिवबा, जाणता राजा जी जीजीजी

भारतीय सर्वधर्मसमभावी राज्यपद्धती ज्याची
जनतेचा मान, न्याय, स्त्रीसन्मान त्रिसूत्री त्याची
जातपात नाही, गुणवंतांना आसरा दिला ज्याने
हेरगिरीचीही छान सूत्रबांधणी केली रं त्याने
तो आपुलाच शिवबा, जाणता राजा जी जीजीजी

झेंडा

अमेरिकेचा झेंडा हा
युनियन जॅक हा झेंडा

स्टार स्पॅंगल्ड बॅनर
ब्रिटनच्या नावावर

फ्रान्स इटली रशियाचे
लाल निळ्या पांढऱ्या

झेंडे तीन पट्ट्यांचे
वगैरे वेगळ्या रंगांचे

तेह-गुक्की कोरियाचा
बुंडेसलाग॰ जर्मनीचा

हिनोमारू जपानचा
जंगीनिशाण नेपाळचा

मेक्सिकोचा बांडेरा
आणि गगनि फडकतो

स्पेनचा रोहा-बांदेरा
भारताचा तिरंगा प्यारा!

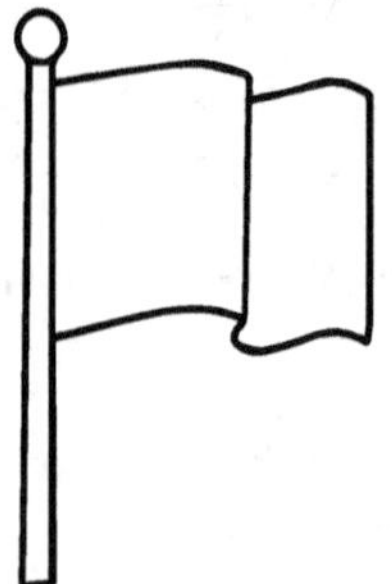

टुमदार

टुमदार घर हे, म्हणती सारे, पण डोक्यावर किति हे ऊन
सावलीत खेळलो असतो, मी माझा खाऊ खाऊन

टुमदार घर हे, म्हणती सारे, पण वरतुन हा पाऊस किती
घर होतंच ओलं ओलं, आणि वर चिखल चिखल भोवती

टुमदार घर हे, म्हणती सारे, पण शिडीवर चढु देत न कोणी
मामी नवव्या मजल्यावर, किती छान छान दिसतं वरुनी

मामाचं घर किती छान, पण कुणि न म्हणे त्याला टुमदार
वर-खाली जाणं सोपं, खेळायची वेगळी सोयही छानदार

टुमदार घर हे, म्हणती सारे, पण टुमदार म्हणजे नक्की कसं?
टुमदार म्हणजे छान छान? की त्रासाचं, जसं असं?

ठणठणपाळ

ठणठणपाळ ठणठणपाळ!   कृष्णासंगती बाळगोपाळ
ठमकठावणी राधा पाठी   तिला बघुन हसती नाठाळ

ठणठणपाळ ठणठणपाळ!   का ठोसाठोसी जंजाळ?
शांत मनाचं भान असावं   चालचलनी असु द्या ताळ

ठणठणपाळ ठणठणपाळ!   कधीच झाली संध्याकाळ
जा घरी आता, उजळा   अंगणातली दीपमाळ

ठणठणपाळ ठणठणपाळ!   कर्तव्यात का टाळाटाळ?
नको चिडचिड चालढकल   अन् वाणी असु द्या मधाळ!

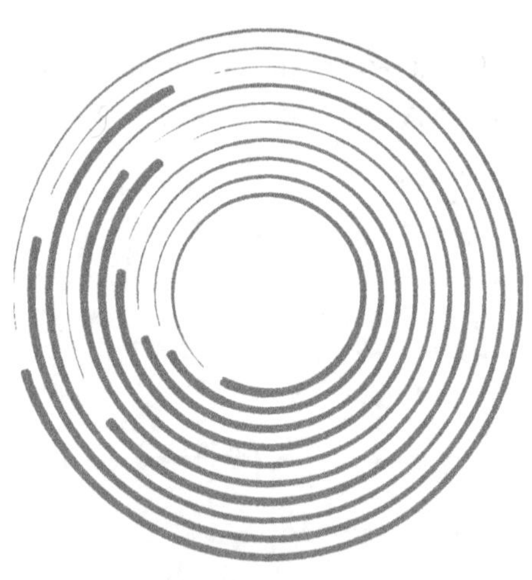

डोलारे

जर डोलारे उभारावे स्वप्नांतिल कर्तृत्वाचे
तर तसे परिश्रमही हवे, ठरवा काय करावं ते!

भक्कम पाया बांधा आधी
डोलाऱ्याच्या स्थैर्यासाठी,
डोलारा असु द्या कृतीचा
नको फक्त दिखाव्यासाठी

डोलारा नको दिमाखाचा घमेंडी डामडौल
नातर असतं, बळिराजा-शिरी वामन पाऊल!

डोलाऱ्याला खिडक्या ठेवा
नित संपर्कासाठी सृष्टीशी,
निव्ळ्या नभाचं तेज पसरवा
मातीतिल हिरव्या कोंबांशी

तेव्हा होइल डोलाऱ्याची अखंड सार्थ परिपूर्ती
अन् जगाची अभिवादनं सविनय स्वीकारतील ती!

ढोल

ढुम ढुम ढुम ढुम ढोल वाजतो
ठोका ठेक्यावर विराजतो!

बघा, थिरकतं पाऊल पाऊल
गिरकी गिरकी फिरते गोल
नकळत ठेका साधून जातो
आनंदाचा मनि समतोल

ढुम ढुम ढुम ढुम ढोल वाजतो
वाजंत्र्यांचा गाज साजतो!

उत्सव भिरभिरतो वाऱ्यावर
नूर उत्साहाचा मनभर
ताल-सूर-लयिच्या लाटांवर
नाच नाचते हर लहर लहर

सुरावटिची ही साथ अमोल
ढुम ढुम ढुम ढुम वाजे ढोल!

त्रिताल

धा धिन् धिन् धा धा धिन् धिन् धा
धा तिन् तिन् ता त्रक धिन् धिन् धा
चला सख्यांनो या या, नाचवु मनमोराला
शरदाच्या रात्री हा चंद्र बघा वर आला!

पदन्यास अपुला करू दे लय-ताल धुंद धुंद
मना लागलेला ध्यास असा... आणि छंद
आता शरदाच्या रात्री चंद्र बघा वर आला
चला सख्यांनो या या, नाचवु मनमोराला!

पुनवेच्या रात्री झिम्मा फुगड्या खेळूया गऽ
रुणुझुणु द्या घुंगुरं... थिरकू द्या अंग अंग
आता शरदाच्या रात्री चंद्र बघा वर आला
चला सख्यांनो या या, नाचवु मनमोराला!

धा धिन् धिन् धा धा धिन् धिन् धा
धा तिन् तिन् ता त्रक धिन् धिन् धा
तबला-डग्ग्यावर त्रिताल द्रुतलय हा वाजतो
त्या तालावर हा आपला पदन्यास साजतो,
अन् शरदाचा हा चंद्र ते पाहुनी वर आला
चला सख्यांनो या या, नाचवु मनमोराला!

थंडी 

सृष्टीपालट आता
जपून खिडक्या दारं

घरोघरी शिरते ती
श्वासातुन धारा अन्

पेहराव बदला... वा
आवश्यक आता की

वेळ तिच्या मस्तीची
पण आपण करु या ही

पालटल्या ऋतूची
कधी सुखाची, तरिही

नवी खबर वाऱ्याची
उघडा आता घरची

अन् थरथर माजवते
छाती भरून येते

सोसा तिचा कडाका
अपुलं स्वास्थ्य राखा

तिच्याच धिंगाण्याची
संधी आनंदाची

सम्राज्ञी ही थंडी
हवी उबेची बंडी!

दसरा दिवाळी

आता दिवाळी दसरा, साऱ्या चिंता विसरा
आनंदी-आनंद सणांचा हा ऋतु आहे हसरा

काली-सरस्वतीच्या, धेनू-धन-लक्ष्मीच्या
पूजांच्या संधी, मनि वेगळ्याच ऊर्मींच्या

दारी तोरण कंदिल, अन् रंगित रांगोळी
भवताली मिणमिणत्या, पणत्यांच्याही ओळी

उधळावी सोनं म्हणून, पानं आपट्याची
चंगळ दिवाळीच्या, आवडत्या फराळाची

दिवाळीचा शेवटहि खास बहीण-भावाचा
भाऊबीज सण जीवनभर अतूट नात्याचा!

धूमकेतू

कोणी म्हणतं भटक चांदणी, शेंडे नक्षत्र म्हणे कोणी
धूमकेतू हा बघता वाटे ही अंबरीची केरसुणी!

सौरगोल हा ब्रम्हांडाचा, स्वतंत्र गतिचा गोळा याचा
बर्फाळ अती गाभा त्याचा, घन वायू पाणी क्षारांचा

प्रचंड कक्षा, सौरमंडली अति दुर्मिळ दिसणं याचं
गोळा आणिक लांब शेपटी स्वरूप या धूमकेतूचं

गोळा ब्रम्हकचऱ्याची पाटी जमवुन फेकत राही पाठी
उत्सर्जनात धूळ नि रेती त्याची होते लांब शेपटी

स्वयंप्रकाशी नाही हा पण सौरप्रकाशी चमचमतो
सुरेख दृष्य असतं जेव्हा चांदण्यात हा झगमगतो!

नभाचं गाणं

नभा, तुझ्या निळाईत सारंग छेडते सतार
अन् श्यामल घनदाटीत धुंदतो मेघमल्हार

रविराजा, भरभरशी तू प्राण त्राण दिवसात
मावळती मग उलगडते स्वप्ननिजेची रात

चंद्रा, अमवास्येचा उदयास्त तुझा रविसंग
पुनव-चांदणं तुझं खुलवितं मनाचे रंग

ग्रहताऱ्यांनो, निरभ्र गगनावर चमचम मिरवा
ब्रम्हांडाची ग्वाही साऱ्या सृष्टीभर फिरवा

आभाळाची छाया माया धरतिचं वसा-वाण
मृण्मयी सुरात तिच्या अंतरी नभाचं गाणं!

प्रसन्नता

सुरा-सुरांनो गा, गात रहा तुमचं गाणं
निर्झरांनो, थांबवू नका झुळुझुळु वाहणं!
कधी, विचारांनो, हट्टाने मोडु नका
मन निर्मळ आनंदी हसरं आणि शहाणं!

सूर सूर छेडती हळुच हृदयाच्या तारा
अंतरि लहरी खेळवितो सळसळता वारा
सदसद्विवेक सावरतो, फुलवतो नेहमी
स्वैर स्वैरशा मनमोराचा डौलपिसारा!

मोर नाचतो झऱ्याकाठि मग हिरवाळीवर
मेघ सावळा शिंपडतो वर शिरव्याची सर
हळुच अंतरी भावसुरांची जुळते मैफल
बघता बघता प्रसन्नता वावरते मनभर!

फावला वेळ

स्वाध्याय, खेळ, गृहपाठ, शाळा...
नंतर कुठला वेळ फावला?
असा वेळ जर रोज असावा,
कुणी फावला वेळ द्या मला

आई म्हणते... परवचा म्हणा
फावल्या वेळी नि संध्याकाळी...
परवचा पुन्हा म्हणायच्या
तर कुणी फावला वेळ द्या मला

बाई म्हणति... जोपासा छंद
तोही फावल्याच वेळी एखादा
जोपासण्या नवा एखाद छंद
कुणी फावला वेळ द्या मला

बाबा म्हणती... व्यायाम करा,
बळकट सुदृढ व्हायचंच जरा!
करायचा व्यायाम रोज तर
कुणी फावला वेळ द्या मला.

दैनंदिनित जर नसेल खेळ,
तरच मिळेल मग फावला वेळ!
पण... खेळाविण सगळा सगळा
वेळ फावला रडवेल मला!

बाग

ये बाई ये, बस… दावते तुला गऽ
आज बाग परसात माजी
च्या पिऊया दोगी, मंग जा घरला…
न्हे बागेची फळं नि भाजी

आकडं आकडं लोंबे पिवळं पिवळं,
गाभुळलं चिंच झाड माजं
पोरी आल्या चाखायला आंबट चिंबट
चिंच आकडं ताजं ताजं

डाळींबं पिकली, दाणं बघ कसं लाल,
नवं पीक, माल बी नवा
पोरींनो, घ्या एकेक तुमा समद्यांना…
आनी मंग घरला जावा

जांभुळ जांभुळ पिकून गळतं, पन
हायती… झाडावर बी मोपऽ
वेच नवं ताजं, धू आनी न्हे घरला…
मी देत्ये तुला येक टोप!

बोरी माजी टोचते टोचते काटे…
पन बोरं गऽ लई ग्वाड ग्वाड
जंगली हाये, ह्ये सासऱ्यानं लावलं…
पन दादल्याचं लाडकं झाड!

भूषण

भूषण म्हणजे जे व्यक्तित्व खुलवतं जातं ते
अलंकार, सद्‌गुण, कर्तृत्व, खास कसबही ते!

आविर्भाव मित्रत्वाचा साजेसा पेहराव
मुद्राभाव आनंदी अन् प्रसन्न हावभाव

भव्य मनाचं द्योतक, भूषण व्यक्तित्वाचं
सुविचारांचं वैभव, लोभस तना-मनाचं

जवाहीर, आभूषण जे शरिरावर ते शोभावं
भाव-विचार-कृतीने कर्तृत्व अलंकृत व्हावं!

महाराष्ट्र

भारतभर पसरल्या मराठा साम्राज्याचा महाराष्ट्र
मराठवाडा विदर्भासिह चोविस जिल्हे महाराष्ट्र
हा माझा महाराष्ट्र, हा माझा महाराष्ट्र!

मराठी राज्य स्थापलं शिवाजी राजांनी
शस्त्र करी घेतलं पेशव्यांनी, मावळ्यांनी
साम्राज्य घडवलं सैनिकांनी बलिदानांनी
काळावर ते टाचले पराक्रम इतिहासांनी

भगवा अटकेपार रोवणारा फक्त एक महाराष्ट्र
गनिमीकाव्याचं रूप यशस्वी करणारा महाराष्ट्र
शूरांचा महाराष्ट्र वीरांचा महाराष्ट्र!

ही मराठी वाणी आर्यांची, पहाट ओव्यांची
गीतारहस्य, गाथा, दासबोध इति ग्रंथांची
भूपाळीची, कवनांची, भारुडं लोकगीतांची
शाहिरी पोवाड्यांची, शृंगारिक लावण्यांची

ज्ञानेश्वरितुन घरोघरी अवतरल्या गीतेचा महाराष्ट्र
मराठमोळ्या ह्या गीर्वाण भारतीचा हा महाराष्ट्र
संतांचा महाराष्ट्र अभंगांचा महाराष्ट्र!

यमन कल्याण

तू येशिल का सांजेला घेउन यमनाचे सूरऽ
उमलता मनी गंधारऽ बदलतोच सारा नूरऽ!

शुद्ध सुरांची स्वरमाला ही
तीव्र मध्यमा, कधि कोमलही
षड्ज अचल स्वर अन् पंचमही

निषाद संवादी जागवतो मनि तृषार्त लाट
खुलता वादी गंधार, फुलतो यमन-थाट!

पकड नि रे ग रे प रे नि रे सा
आरोह नि रे ग म प ध नि सा
अवरोह सा नि ध प म ग रे सा

यमनाची सुरावट ही लहरते तीन सप्तकांत
खुलता वादी गंधार, मन स्थिरावतं शांतवात!

रत्न 

तेजस्वी रवीचं रत्न, लाल चुटूक माणिक
मोती शीतल चंद्राचं, मनशांतिचं मौक्तिक

प्रेमभाव शुक्राचा नीलसर शुभ्र हिरा
पुखराज वा गुरुवल्लभ हाच गुरुचा खरा

बुधाचा पाचू अथवा अस्मगर्भ हा खडा
प्रवाळ रत्न मंगळाचं सारवी इडा-पिडा

नीलम इंद्रनील रत्न संन्यस्त शनीचं
राहूच्या खुशीचं ते गोमेद स्वरभानूचं

वैडुर्य विडालाक्ष हे... साहसी केतुचं रत्न
सुवर्ण-रौप्य कोंदणात अलंकृत ही नवरत्न

लग्न

उद्या सासरी असेल नवरी आज सजवुया तिला
सजवू नवरीला, चला गऽ आणि करवलीला!

ही अपुली मैत्रीण आजची... उद्या लाडकी नवरोजींची
मग होईल राणी त्या घरची, मनात इच्छा ही सर्वांची

वऱ्हाड जंगी रंग बिरंगी उभं तयारीला
उभं तयारीला, मंडपी नेऊ नवरीला!

ताशे, बाजे, सनइ, मृदंग गाजवती सौभाग्य प्रसंग
तरुण नाचती अपुले ढंग सारे या सोहळ्यात दंग

मेंदि रंगली हातांवरली काल सुपारीला
सुपारी फुटली आता लागू लग्न तयारीला

मुहूर्त आता मांगल्याचा आत दुपारीला
लग्न लागलं... चला चिडवुया नवरा-नवरीला!

वारी

वारी वारी स्थिरावली विठुचिया द्वारी
सावळाच साऱ्याच्या मनी घरीदारी
टाळ मृदंग भजनी… हाती एकतारी
गर्जा… पुंडलीक वरदा पांडुरंगहारी !

चंद्रभागेतीरी भक्ती मांदियाळी
अबिर, गुलाल, टिळा चंदनाचा भाळी
वाळवंटी ध्यान… ब्रम्हानंदी टाळी
वारी नाचे रंगण… हासे मूर्ति काळी !

विठ्ठल विठ्ठल जय हरी विठ्ठल !

शंकापूर्ति

पावसाचं किती असतं साऱ्या ढगांत पाणी ?
प्रश्न माझ्या मनात हा, उत्तर द्याहो कोणी

अंदाजे, अर्धा समुद्र जरि असेल आभाळात
तरि कोट्यावधी मण होतिल त्यांच्या वजनात

अधांतरी हा भार राहतो कसा इतुका सारा ?
आणिक या भाराला उचलून कसा ढकलतो वारा ?

ग्रीष्म घडवतो मेघ, नि वर्षा मेघांच्या जलधारा
सागर जलपातळी तीच, मग काय खेळ हा सारा ?

कित्ती कित्ती अशाच शंका मनात घोंघावती
माहित उत्तर सांगा... होईल काही शंकापूर्ति !

षड्रस

'रस' हे रसनेच्या जाणिवा... अन्नचर्वींना दाद
मधुर, आंबट, खारट, तिखट, कडू, तुरट हे स्वाद!

पंचतत्त्वांतील घटक जे स्वादांच्याही तत्त्वांत
त्रिदोष दोषांचं शमन वा वृद्धीची क्षमता त्यांत

मधुर तत्त्व, 'पृथ्वि-जल' वात-पित्त शमन, कफ वृद्धी
आंबट तत्त्व, 'पृथ्वि-अग्नि' वात, शमन, पित्त-कफ वृद्धी

खारट तत्त्व, 'अग्नि-जल' वात शमन, पित्त-कफ वृद्धी
तिखट तत्त्व, 'अग्नि-वायु' कफ शमन, पित्त-वात वृद्धी

कडु तत्त्व, 'आकाश-वायु' पित्त-कफ शमन, वात वृद्धी
तुरट तत्त्व, 'पृथ्वि-वायु' पित्त-कफ शमन, वात वृद्धी

मधुर, कडू, तुरट स्वाद हे सौम्यशा गुणधर्मांचे
आंबट, खारट, तिखट स्वाद उष्णशा गुणांचे

हे प्रमुख षड्रस... जे सारेच भोजनात हवे
समतोल राखण्यास स्वाद संमिश्र असावे नवे!

स्मृति

सवय सवय म्हणतो आपण, पण सवय नेमकी काय असे ?
'सहजपणे जी कृति होते ती'... सवयीचे तिजवरी ठसे!

करायची जी कृती ती पुन्हा पुन्हा करुनि आपण शिकतो
जे शिकतो ते स्मृतीत शिरतं, स्मरुन सहज मग करु शकतो

जर स्मृतिभ्रंश तर, सवयीचं घर कोठे तेहि न आठवतं
संगतिच्या प्रिय व्यक्ती नाती... सारं सारं विस्मरतं!

आहोत कुठे... काय बोलतो... नकळे काही काहीही,
रोजच सवयीचं होतं ते... अनोळखीच सारं काही

विस्मरलं एकदा की पुन्हा पुन्हा शिकावंच लागतं
स्मृतीत असते किल्ली कृतिची, तिथेच कुलुपही राहतं!

'सवय' फक्त मग शब्दच उरतो, सवय असं काही नसतं
सारं शिकणं, करणं, घडणं... स्मृतिच्या प्रभावात असतं!

होळी

होळी होळी होळी   पुरणाची रे पोळी
अग्नयेस्वाहासाठी   लाकडाची मोळी

फाल्गुनी चंद्राची   रात्र पौर्णिमेची
धुळवडीला जागवते   होळीची आरोळी

ऋतू आल्हादाचा   वारा उत्सवाचा
सूर नूर उधाणतो   होळीच्या कल्लोळी

हासे आसमंत   दाराशी वसंत
पक्षी रेखतात नभी   आनंदाच्या ओळी

गोकुळी खट्याळ तो   कृष्ण रंग उधळतो
कावरी बावरी परी   ओली राधा भोळी

उल्हासाच्या संगे   उत्साह तरंगे
रंगसोहळ्यात रंगे   तारुण्याची टोळी

चला जमू, सारेजण   रंग खेळू या आपण
झेलू पिचकाऱ्यांच्या   रंगांची रांगोळी!

क्षमा

क्षमा असावी, क्षमा असावी...
क्षमा नसावी, क्षमा नसावी...

अस्थिर मन अन् जातो तोल
घडते चूक... छोटी वा मोठी,

अविचाराचा पहिला गुन्हा...
शिक्षेतुन गुन्हेगारीची कधिही

क्षमा असावी, क्षमा नसावी...
मन अस्थिर की अट्टल गुन्हा ?

चूक आपली कबुल करावी
बेडरतेला शिक्षा व्हावी

विसरुन संस्कारांचं मोल
नंतर पश्चात्तापच खोल

शिक्षेत जरा सूट मिळावी
जोपासना न व्हावी

न्याय न्यायदेवता करावी
न्यायबुद्धीला जाण असावी!

ज्ञानेश्वरी

मऱ्हाठिच्या अक्षरांतुनी उमटली ज्ञानेश्वरी
नेवासे तीर्थ-क्षेत्रिच्या मोहिनीराज मंदिरी॥

ओव्यांत ओवली गीता नवसहस्त्र गीत वैखरी
धर्म कर्मयोग संहिता गीर्वाण ज्ञानमंजिरी
ज्ञानकळा घेऊन इथेआली ही ज्ञानेश्वरी
नेवासे तीर्थ-क्षेत्रिच्या मोहिनीराज मंदिरी ॥

ओवी-ओवींतुन झरल्या आत्म ज्ञानाच्या सरी
श्रीहरिची ओळख पसरे मऱ्हाठमोळ्या घरी घरी
तन मन सृष्टी संसारी जोडते ज्ञानेश्वरी
नेवासे तीर्थ-क्षेत्रिच्या मोहिनीराज मंदिरी ॥

असामान्य द्वादश वय ती ज्ञानाची मूर्ति होती
भव्य दिव्य देवी प्रतिभा शब्दांतुन झरली होती
टिपुन गीतासार अर्थ घडली ही ज्ञानेश्वरी
नेवासे तीर्थ-क्षेत्रिच्या मोहिनीराज मंदिरी ॥

कृति-कारण-भाव

'स्वर व्यंजनी'तील ६ ते १४ वयोगटातील शालेय विद्यार्थ्यांसाठीची ही नवी गाणी त्यांच्यापर्यंत पोचून, गाण्यांचा अर्थ समजून, त्यांच्या कंठांतून मुक्त व्यक्त होण्यासाठी सर्व शाळांना आणि पालकांना एक कृती जरूर करावी लागणार आहे. ती कृती म्हणजे समूहगीतं तयार करून ती वयोगटाप्रमाणे विद्यार्थ्यांकडून वारंवार म्हणवून घेणं! आणि या कृतीला अखंड योग्य व खंबीर पाठबळ मिळण्यासाठी संगीतज्ज्ञांनाही उभं करावं लागणार आहे. गाण्यांना साध्या-सोप्या चाली लावून योग्य प्रकारे संगीतबद्ध करण्यासाठी! गाणी, विशेषत: संगीतबद्ध समूहगीतं, मुलांना म्हणायला खूप आवडतात आणि चटकन पाठही होतात. गाण्यांचा अर्थ समजावण्यासाठी, काही सूचना इथे मांडत आहे.

स्वर वर्ण

अमृत : सद्य काळात, आपलं मन, स्मृति आयुष्यभर जागृत आणि आनंदी ठेवतात ते आपण स्वत: अनुभवलेले अत्युच्च आनंदाचे क्षण!
कुणासाठी : सर्व विद्यार्थ्यांसाठी.

आई आई : आईसारखं व्हायची प्राथमिक चुणूक!
कुणासाठी : मुख्यत्त्वे ६ ते ८ वयोगटातील मुलींसाठी.

इतिहास : काळ आणि इतिहास यांची सांगड!
कुणासाठी : ८ ते १० वयोगटातील सर्व विद्यार्थ्यांसाठी.

ईशस्तवन : ६ ते १४ वयोगटातील सर्व विद्यार्थ्यांसाठी.

उद्या : प्रत्येक दिवस फक्त 'आज' म्हणूनच उगवतो! म्हणूनच वर्तमानाचं जास्त महत्त्व! 'उद्या' फक्त पुढच्या पल्ल्याचं थोडंफार प्रयोजन आणि नियोजन करण्यासाठी विचारात असावा. आपल्याला त्यातच गुंतवून ठेवून वर्तमान घालवण्यासाठी नाही.
कुणासाठी : १० ते १४ वयोगटातील सर्व विद्यार्थ्यांसाठी जास्त उपयुक्त आणि परिणामकारक.

ऊन : सृष्टीशी निगडित बडबडगीत!
कुणासाठी : सर्व विद्याथ्यांसाठी.

एकमेव : एकमेवाद्वितीयचा अर्थ!
कुणासाठी : १० ते १४ वयोगटातील सर्व विद्याथ्यांसाठी.

ऐश्वर्य : ऐश्वर्याचं पारमार्थिक स्वरूप आणि त्यानुसार असणारी जबाबदारी यांची
योग्य सांगड घालणं बालपणापासूनच शिकवणं योग्य!
कुणासाठी : १० ते १४ वयोगटातील सर्व विद्याथ्यांसाठी.

ओम्कार : भारताचा ब्रह्मवारसा! योग, उच्चारण, प्राणायाम यांची प्राथमिक
तोंडओळख!
कुणासाठी : सर्व विद्याथ्यांसाठी.

औरस चौरस : गमतीचं बडबडगीत!
कुणासाठी : ६ ते १० वयोगटातील सर्व विद्याथ्यांसाठी.

अंतराळ : पृथ्वीवर आकाश दिसतं ते वातावरणामुळे. त्यापलीकडे अंतराळ प्रत्यक्षात
फार वेगळं आहे. सत्य परिस्थितीची एक छोटीशी झलक!
कुणासाठी : १० ते १४ वयोगटातील सर्व विद्याथ्यांसाठी.

ऋतुचक्र : प्रत्येक ऋतूचं मुख्य वैशिष्ट्य!
कुणासाठी : सर्व विद्याथ्यांसाठी.

व्यंजनं

कर्तव्य : आपली आयुष्यातली कर्तव्यं वयाप्रमाणे जरी बदलत असली तरी त्यांची मूलभूत गटरचना ही शेवटपर्यंत कायमच असते. त्या गटरचनांची ओळख या गाण्यात आहे.
कुणासाठी : १० ते १४ वयोगटातील सर्व विद्यार्थ्यांसाठी.

खगोल : आपल्याला दिसणारं आणि अजूनपर्यंत समजलेलं आकाश आणि त्यापलिकडलं अंतरीक्ष! पण पुढेही बरंच शोधायचं आहे, समजून घ्यायचं आहे.
कुणासाठी : १० ते १२ वयोगटातील सर्व विद्यार्थ्यांसाठी.

गणित : बालपणी छोट्या छोट्या बोटांनी सुरू केलेलं हे मोजमाप आणि त्याचं शास्त्र पुढे पुढे अधिकाधिक प्रगत होत जातं; पण त्याचं मूळ अंकुरतं आपल्याच चिमुकल्या हातात.
कुणासाठी : ६ ते ८ वयोगटातील सर्व विद्यार्थ्यांसाठी.

घर्षण : कृतींना साहाय्य आणि कृतींचं सुयोग्य नियोजन करणारा घटक!
कुणासाठी : ८ ते १० वयोगटातील विद्यार्थ्यांसाठी.

चिमणा चिमणी : गमतीचं बडबडगीत.
कुणासाठी : सर्व विद्यार्थ्यांसाठी.

छंद : वेगवेगळ्या अर्थांचा शब्द. मन, नाद, कवितेची रचना, गाण्याची लयगती, मनाचा भाव, वगैरे.
कुणासाठी : ८ ते १२ वयोगटातील सर्व विद्यार्थ्यांसाठी.

जाणता राजा : पोवाडा! शिवाजी महाराजांवर; पण हा पोवाडा त्यांचं युद्धकौशल्य किंवा युद्धनीती यावर नाही. त्यांच्या मोगल वीरांबरोबरच्या पराक्रमांवरही नाही. पोवाडा वर्णन करतो मराठा साम्राज्याचे राज्यकर्ते म्हणून शिवाजी राजांचं कार्य कसं होतं त्याचं!
कुणासाठी : मुख्यतः १२ ते १४ वयोगटातील मुलांसाठी.

झेंडा : सर्व विद्यार्थ्यांसाठी.

टुमदार : गमतीचं गाणं, मुख्यतः ८ ते १२ वयोगटातील मुलांसाठी.

ठणठणपाळ : गमतीचं बडबडगीत.
कुणासाठी : मुख्यतः ६ ते १० वयोगटातील सर्व विद्यार्थ्यांसाठी.

डोलारे : स्वकर्तृत्वात मेहनत आणि जबाबदारी यांचा भाग आणि महत्त्व बिंबवणारं!
मुख्यतः १० ते १४ वयोगटातील सर्व विद्यार्थ्यांसाठी.

ढोल : उत्सवासाठी ताल-गीत.
कुणासाठी : १० ते १४ वयोगटातील सर्व विद्यार्थ्यांसाठी.

त्रिताल : तबलावादनावी ओळख, पदन्यासाची तालीम, कथ्थक नृत्यप्रदर्शन संधी.
कुणासाठी : मुख्यतः १० ते १४ वयोगटातील मुलींसाठी.

थंडी : सर्व विद्यार्थ्यांसाठी.

दसरा दिवाळी : सर्व विद्यार्थ्यांसाठी.

धूमकेतू : सौरगोलाच्या अंतराळ-भ्रमणाची तोंडओळख!
कुणासाठी : १० ते १४ वयोगटातील सर्व विद्यार्थ्यांसाठी.

नभाचं गाणं : आकाशातील मुख्य घटकांचं गाणं!
कुणासाठी : मुख्यतः ८ ते १२ वयोगटातील सर्व विद्यार्थ्यांसाठी.

प्रसन्नता : मनःशांती आणि भोवताली आनंदी वातावरणाची गुरुकिल्ली!
कुणासाठी : १० ते १४ वयोगटातील विद्यार्थ्यांसाठी.

फावला वेळ : गमतीचं गाणं!
कुणासाठी : मुख्यतः ८ ते १० वयोगटातील मुलांसाठी.

बाग : ग्रामीण भाषेतलं गमतीचं गाणं!
कुणासाठी : मुख्यतः १२ ते १४ वयोगटातील मुलींसाठी.

भूषण : भूषण म्हणजे नुसतेच परिधान केलेले अलंकार नव्हेत. भूषणास्पद वर्तणुकीची संक्षिप्त तोंडओळख.
कुणासाठी : १२ ते १४ वयोगटातील सर्व विद्यार्थ्यांसाठी.

महाराष्ट्र : एक वेगळं महाराष्ट्रगीत.
कुणासाठी : सर्व विद्यार्थ्यांसाठी.

यमन : सर्वांत लोकप्रिय आणि सोपा राग. कुठलाही स्वर वर्ज्य नाही, फक्त 'म' तीव्र आहे. गाणं यमन रागातच म्हणायचं आहे.
कुणासाठी : १२ ते १४ वयोगटातील विद्यार्थ्यांसाठी.

रत्नं : नऊ ग्रहांच्या नऊ रत्नांची ओळख!
कुणासाठी : १० ते १४ वयोगटातील सर्व विद्यार्थ्यांसाठी.

लग्न : समूह नृत्य-नाट्याची छान संधी!
कुणासाठी : मुख्यतः १० ते १४ वयोगटातील मुलींसाठी.

वारी : मुलांना म्हणता येण्यासारखं भजन!
कुणासाठी : १० ते १४ वयोगटातील सर्व विद्यार्थ्यांसाठी.

शंकापूर्ति : गंमत-गीत जे पावसाचं निसर्गचक्र मुलांना शिकवून जाईल!
कुणासाठी : ६ ते १० वयोगटातील विद्यार्थ्यांसाठी.

षड्रस : अन्नाच्या स्वादावरचं हे गीत प्रत्येक स्वादामागील आयुर्वेदातील संपूर्ण शास्त्रीय बैठक थोडक्यात समजाऊन सांगतं!
कुणासाठी : १२ ते १४ वयोगटातील विद्यार्थ्यांसाठी.

स्मृति : ज्याला सर्वसाधारणतः सवय म्हणतात त्यात खरा खेळ काय असतो ते समजावणारं गीत!
कुणासाठी : १२ ते १४ वयोगटातील विद्यार्थ्यांसाठी.

होळी : उत्सवगीत!
कुणासाठी : सर्व वयोगटांतील विद्यार्थ्यांसाठी.

क्षमा : योग्य न्यायाचा पाठपुरावा करणारं गाणं!
कुणासाठी : १२ ते १४ वयोगटातील विद्यार्थ्यांसाठी.

ज्ञानेश्वरी : संत ज्ञानेश्वरांनी वयाच्या १२व्या वर्षी नेवासे येथील मोहिनीराज मंदिराच्या खांबाला टेकून भगवद्गीतेवरील मराठी निरुपणात्मक ग्रंथ 'भावार्थ दीपिका' लिहायला सुरुवात केली. लिखाण चार वर्षं सतत चाललं होतं आणि वयाच्या सोळाव्या वर्षी 'पायस दान' लिहून ग्रंथ पूर्ण करून तो निवृत्तिनाथांच्या पायाशी ठेवला. 'भावार्थ दीपिका' म्हणजेच 'ज्ञानेश्वरी'!
कुणासाठी : सर्व वयोगटांतील विद्यार्थ्यांसाठी.